കാവ്യദീപ്തം

ദീപ വേണുഗോപാൽ

എന്റെ മാതാ പിതാക്കൾക്കും , എന്നിലെ
എഴുത്തുകാരിയെ പ്രോത്സാഹിപ്പിക്കുന്ന
കുടുംബത്തിനും , ഗുരുനാഥന്മാർക്കുമായി എന്റെ
പ്രഥമ കവിതാസമാഹാരമായ "കാവ്യദീപ്തം"
സമർപ്പിക്കുന്നു

Kaavyadeeptham

Catagory   : poems

Language   : Malayalam

Author   : Deepa venugopal

Address   Palliyalil house
                    Trikkandiyoor po
                    Tirur 676 104
                    Malappuram
                    Mob: +91 81293 22824

First published in: December 2022

Publisher   RP Books Kochi

Address   Vipin 's Arcade
                    Palluruthy P.O
                    Kochi
                    Eranakulam
                    Pin: 682006
                    Mob: 7907383303

Coverpage Design: Robert Antony

Editing   : Robin palluruthy

ഉള്ളടക്കം

ഉള്ളടക്കം

ഉള്ളടക്കം

ആമുഖം

ദീപ വേണുഗോപാൽ

1972 മെയ് 31 ന് ഭാഷാ പിതാവായ തുഞ്ചത്തെഴുത്തച്ഛന്റെ ജന്മസ്ഥല മായ മലപ്പുറം ജില്ലയിലെ തുഞ്ചൻപറമ്പിന് സമീപമു ള്ള (തിരൂർ) തൃക്കണ്ടിയൂർ എന്ന ചെറുഗ്രാമത്തിൽ ശ്രീദേവിയമ്മയുടെയും യശ:ശരീരനായ ഗംഗാധരൻ നായരുടേയും മകളായി ജനനം. മെഡിസിൻ ഹോൾ സെയിൽസ് സ്ഥാപനത്തിൽ ജോലിചെയ്യുന്നു. ആനുകാലികങ്ങളിലും നവമാധ്യമ സാഹിത്യ സൗഹൃ ദ കൂട്ടായ്മകളിലും സജീവസാനിധ്യമായി കഥകളും കവിതകളും എഴുതുന്നു. വിവിധ സാഹിത്യകൂട്ടായ്മ കൾ നടത്തിയ കഥ / കവിത രചനാമത്സരങ്ങളിൽ നിരവധി സമ്മാനങ്ങൾ നേടിയിട്ടുണ്ട്. കേരളത്തിലെ എഴുത്തുകാരുടെ ആനുകാലിക സാഹിത്യ കൂട്ടായ്മ യായ കഥാമിത്രത്തിലെ അംഗവും സാരഥിയുമാണ്. നിലവിൽ കൊച്ചിൻ സാഹിത്യ അക്കാദമിയുടെ മലപ്പുറം ജില്ലാ പ്രതിനിധിയായി പ്രവർത്തിക്കുന്നു.

ഭർത്താവ്: വേണുഗോപാൽ. മക്കൾ : വിഘ്നേശ്, വിവേക്. അമ്മ : ശ്രീദേവി അമ്മ : സഹോദരൻ തിരൂർ ദിനേശ് (ചരിത്രകാരൻ,ഓറൽഹിസ്റ്ററി റിസർ ച്ച് ഫൗണ്ടേഷൻ ഡയറക്ടർ) സഹോദരി പുഷ്പ.

കടപ്പാട്

പ്രോത്സാഹനമേകി എന്നെ എഴുത്തിന്റെ മേഖലയിൽ
കൊണ്ടുവന്ന കൊച്ചിൻ സാഹിത്യ അക്കാദമിയുടെ
സെക്രട്ടറിയും കഥാമിത്രം സാഹിത്യ കൂട്ടായ്മയുടെ
പ്രധാനസാരഥിയുമായ
ശ്രീ. റോബിൻ പള്ളുരുത്തിയോട് കടപ്പാട്.

അവതാരിക

കാവ്യാത്മകം കാവ്യദീപ്തം

റോബിൻ പള്ളുരുത്തി

നവമാധ്യമ കൂട്ടായ്മകളിൽ നിന്നും ഞാൻ പരിചയപ്പെട്ട നല്ലൊരു സൗഹൃദമാണ് ശ്രീമതി ദീപ വേണുഗോപാൽ. സമകാലിനസാമൂഹിക പ്രശ്ന ങ്ങളെ രചനകളിലൂടെ അവതരിപ്പിക്കുന്ന അതിനെ തിരെ അക്ഷരങ്ങളിലൂടെ തന്റെ പ്രതിഷേധമറിയി ക്കുന്ന എഴുത്തുകാരി ദീപ വേണുഗോപാലിന്റെ രച നാശൈലി തന്നെയാണ് അവരുടെ കവിതകളേയും കഥകളേയും വായനക്കാരുടെ ഇടയിൽ സ്വീകാര്യമാ ക്കുന്നത്. കൊറോണ മനുഷ്യർക്ക് നൽകിയ അവധി ക്കാലം പലരും പലവിധത്തിലാണ് വിനിയോഗിച്ചത് ചിലർക്കത് ദുരിതകാലമായിരുന്നു എന്നതിൽ തർക്ക മില്ല എന്നിരുന്നാലും ചിലർക്കെങ്കിലും അവരുടെ മന സിൽ ഉറങ്ങിക്കിടന്നിരുന്ന അഭിരുചികളെ പൊടിതട്ടി യെടുക്കുവാനുള്ള അവസരം കൂടി നൽകിയെന്നതും യാഥാർത്ഥ്യമാണ് അതിന് പ്രത്യക്ഷമായ ഉദാഹരണ മാണ് നവമാധ്യമങ്ങളിലെ സാഹിത്യ കൂട്ടായ്മകളുടെ വളർച്ചയും അതിലൂടെയുള്ള പുതിയ എഴുത്തുകാരു ടെ പിറവിയും.

സമാന സാഹചര്യം വളമാക്കി മാറ്റി നവമാധ്യമ കൂട്ടാ
യ്മകളിൽ എഴുതിതുടങ്ങിയ കവയിത്രിയും കഥാകാ
രിയുമാണ് മലപ്പുറം, തിരൂർ സ്വദേശിനിയായ ശ്രീമതി
ദീപ വേണുഗോപാൽ .

തന്റെ ഭാവനകൾ അക്ഷരങ്ങളിലൂടെ കഥയും കവിത
കളുമാക്കി മാറ്റുന്ന ഏതൊരു എഴുത്തുകാരന്റേയും /
എഴുത്തുകാരിയുടേയും ഏറ്റവും വലിയ ആഗ്രഹമാ
ണ് അവരെഴുതിയ സൃഷ്ടികൾക്ക് അച്ചടിമഷി പുരള
ണമെന്നത്. കവയിത്രി ദീപ വേണുഗോപാലിന്റെ ആ
ഗ്രഹവും " കാവ്യദീപ്തം " എന്ന തന്റെ പ്രഥമ കവി
താസമാഹാരത്തിലൂടെ ഇവിടെ സാക്ഷാത്ക്കരിക്ക
പ്പെടുകയാണ്. സഹോദരി തുല്യയായ പ്രീയപ്പെട്ട സു
ഹൃത്തിന്റെ ആദ്യപുസ്തകത്തിന് അവതാരികയെഴു
തുവാൻ ലഭിച്ച അവസരത്തിന് ദൈവത്തോട് നന്ദി
പറഞ്ഞുകൊണ്ട്, കവയിത്രിക്കും അവരുടെ പ്രഥമ ക
വിതാ സമാഹാരത്തിനും എല്ലാവിധ ഭാവുകളും നേർ
ന്നുകൊണ്ടും യാഥാർത്ഥ്യങ്ങളുടേയും അനുഭവങ്ങളു
ടേയും, ബാല്യകാല സ്മരണകളുടേയും കവിതകൾ
നിറഞ്ഞ ദീപ്തമെന്ന കാവ്യസമാഹാരത്തിന് എന്റെ
വായനയിൽനിന്നും ഞാനൊരു അവതാരിക എഴുതു
കയാണ്.

അനുഭവങ്ങളുടെ വ്യത്യസ്ഥ ഭാവങ്ങൾ നിറഞ്ഞ ഓർ
മ്മകൾ നിറഞ്ഞ പ്രതിഷേധത്തിന്റെ ശബ്ദമായി ഉയ
രുന്ന കവിതകൾ സംഗമിക്കുന്ന 'കാവ്യദീപ്തം' എന്ന
കവിതാസമാഹാരത്തിലെ ഓരോ കവിതയും വിലയി
രുത്തി അവതാരികയെഴുതണമെന്ന് ആഗ്രഹമെങ്കി
ലും അനുവാചകരുടെ സമയപരിമിതിയും പുസ്തക
ത്തിലെ സ്ഥലപരിമിതിയും മനസ്സിലാക്കിക്കൊണ്ടു
തന്നെ 'കാവ്യദീപ്തം' എന്ന കവിതാ സമാഹാരത്തി
ലെ ഏതാനും കവിതകളെ ഞാനെന്റെ അവതാരിക
യിലൂടെ പരിചയപ്പെടുത്തുന്നു.

പെൺപൂവ്

കവയിത്രി സമൂഹത്തിന് നൽകുന്ന ഓർപ്പെടുത്തലാ
ണ് അല്ലെങ്കിൽ താക്കീതാണ് കവിതാസമാഹാരത്തി
ലെ 'പെൺപൂവ് ' എന്ന ആദ്യ കവിത. സ്ത്രീയുടെ വി
വിധ ഭാവങ്ങളും അവളുടെ കടമകളും കവിതയിലൂ
ടെ കവയിത്രി വർണ്ണിക്കുമ്പോൾ അതോടൊപ്പം അവ
ളെ വെറുമൊരു ഭോഗവസ്തുവായി മാത്രം കാണരു
തെന്നും ഇന്നത്തെ ആനുകാലിക സംഭവങ്ങളെ മുൻ
നിർത്തിക്കൊണ്ട് തന്റെ ഭാവനയിൽ തെളിഞ്ഞ വരി
കളിലൂടെ പറയുമ്പോൾ അത് സത്യത്തിന്റെ നേർചി
ത്രമായി മാറുന്നു.

മുകിൽവർണ്ണൻ

കവിതാ സമാഹരത്തിലെ "മുകിൽ വർണ്ണൻ " എന്ന
കവിത കവയിത്രിയുടെ മനസ്സിൽ നിറഞ്ഞുനിൽക്കു
ന്ന കൃഷ്ണ ഭക്തിയുടെ നേർചിത്രമാണ്. തന്റെ മന
സ്സും ശരീരവും പൂർണ്ണമായും ഭഗവാന് സമർപ്പിച്ചു
കൊണ്ട് എഴുതിയിരിക്കുന്ന കവിതയുടെ ഓരോ വരി
കളും ഭക്തിനിർഭരം തന്നെയാണ്.

ചിന്തകൾ

"ചിന്തകൾ " കവിതയുടെ ശീർഷകം സൂചിപ്പിക്കുന്ന
തു പോലെതന്നെ മനസ്സിൽ നിറയുന്ന പലവിധ ചിന്ത
കളുടെ സംഗമമാണ്. പലവിധ ചിന്തകളിൽപ്പെട്ട് മന
സ്സ് പതറുമ്പോൾ കടിഞ്ഞാണില്ലാതെ പായുന്ന മനസ്സി
ന്റെ വിചാരങ്ങളെ കവയിത്രി വളരെ ഭംഗിയായി കവി
തയിലൂടെ പറഞ്ഞിരിക്കുന്നു.

വിട

കാവ്യദീപ്തമെന്ന കവിതാ സമാഹാരത്തിലെ ശ്രദ്ധേ
യമായ മറ്റൊരു കവിതയാണ് "വിട". മരണമെന്ന സ
ത്യത്തെ തന്റെ ഭാവനയിലൂടെ കാണുന്ന കവയിത്രി
യുടെ ചിന്തകളിൽ ഏകാന്തതയും ഒറ്റപ്പെടലും അനു
ഭവിക്കുന്ന ഒരു മനുഷ്യന്റെ മരണത്തെ പുൽകാനുള്ള
കാത്തിരിപ്പാണ് പ്രതിബാധിച്ചിരിക്കുന്നത്.

അമ്പലപ്രാവ്

കവിതാസമാഹാരത്തിലെ "അമ്പലപ്രാവ് " എന്ന ക
വിത സത്യത്തിൽ കവയിത്രിയുടെ മോഹങ്ങളെല്ലാം
പറയുന്ന അമ്പലപ്രാവിന്റെ രൂപത്തിലാണ് അനുവാ
ചകർക്ക് മുന്നിലെത്തിച്ചിരിക്കുന്നത്. തന്റെ ആഗ്രഹ
ങ്ങളെല്ലാം അമ്പലപ്രാവിന്റെ അഭിലാഷം പോലെ കവിത
യിലൂടെ പറയുന്ന കവയിത്രിയുടെ രചന വളരെ വ്യത്യ
സ്ഥമാണെന്ന് പറയാതെ വയ്യ.

താരകക്കുഞ്ഞ്

കവിതാ സമാഹാരത്തലെ താരകകുഞ്ഞെന്ന കവി
ത കവയിത്രിയുടെ ബാല്യകാല സ്മരണകൾ നിറ
ഞ്ഞു നിൽക്കുന്ന കവിതയാണ്. ബാല്യകാലം നമ്മളി
ൽ അവശേഷിപ്പിച്ച മധുരസ്മരണകളുടെ പ്രതിബിം
ബം അനുവാചകർക്കും കവിതയിൽ ദർശിക്കാനാവു
മെന്നതിൽ സംശയമില്ല.

പലനിറങ്ങൾ ചേർന്ന് വ്യത്യസ്ഥങ്ങളായ നിറങ്ങൾ പറവിയെടുക്കുന്നതുപോലെ വ്യത്യസ്ഥങ്ങളായ വിവിധ ഭാവങ്ങൾ കോർത്തിണക്കിക്കൊണ്ട് ഭാവനയിൽ തെളിഞ്ഞ പലവിധ പ്രമേയങ്ങളെ കാവ്യങ്ങളാക്കി മാറ്റി കവയിത്രി ദീപ വേണുഗോപാൽ എഴുതിയിരിക്കുന്ന കവിതകൾ "കാവ്യദീപ്തം" എന്ന കവിതാസമാഹത്തിന് പൂർണ്ണത നൽകുമ്പോൾ, പ്രിയമിത്രത്തിന്റെ ആദ്യ കവിതാസമാഹാരത്തിന് അവതാരികയെഴുതുവാൻ ഭാഗ്യം ലഭിച്ച ഞാൻ കൃതാർത്ഥനാണ്.

ഇനിയും മികച്ച സൃഷ്ടികൾ കവിതയായും കഥയായും അനുവാചകർക്ക് സമ്മാനിക്കുവാൻ ദീപ വേണുഗോപാലിന് കഴിയട്ടെയെന്ന് ആത്മാർത്ഥമായി പ്രാർത്ഥിച്ചുകൊണ്ട്, ആശംസിച്ചുകൊണ്ട്, ഇതിൽ ഇനിയുമേറെ കവിതകൾ വിശകലനം ചെയ്യാനുണ്ടെന്ന ബോധ്യത്തോടെ ഞാനെന്റെ അവതാരിക ചുരുക്കുന്നു

എല്ലാവിധ ഭാവുകങ്ങളും നേർന്നുകൊണ്ട്

റോബിൻ പള്ളുരുത്തി

1. പെൺപൂവ്

പെണ്ണുടൽ കാമത്തിൻ
കൺകളാൽ ഉഴിയുന്ന നരജന്മം
അറിയുക, നീയൊരുനാൾ അവളുടെ
ഗർഭത്തിൽ വെറുമൊരു മാംസപിണ്ഡം
പിന്നെ നീ എപ്പോളോ അവളുടെ
ശ്വാസവും ജീവനും സർവ്വം
സഹിച്ചും ക്ഷമിച്ചും അവളൊരു
ദേവിയായ് മാറുന്നു
പെണ്ണുടൽ നൊമ്പരം സഹനവും
ആർദ്രവും സ്നേഹവും കനിവുമെന്ന്
നീയറിയുക അവളെ നീയറിയുക
നിന്നിലേ സ്നേഹത്തലോടലിൽ
ഒരു താമരത്തണ്ടായി തളരുന്ന
നിലാവിനെ മോഹിച്ച നിശാഗന്ധി
പോൽ അവൾ നിനക്കായി കാത്തിരിക്കും
തച്ചുടക്കരുതേ പിഴുത്തെറിയരുതേ
ആ നിർമല സ്നേഹം
കാണാതെ പോകരുതേ
കാമത്തിൻ കണ്ണാൽ
നോക്കരുതേ നോവിക്കരുതേ
അമ്മയും സോദരിയും മകളും കാന്തയും
അവൾത്തന്നെ, എന്നറിയുക.

2. അമ്മ

അമ്മതൻ പാലാഴിയിൽ നീന്തിത്തുടിക്കുന്ന
കുഞ്ഞിളം പൈതലായി മാറിയ നാളുകൾ
അമൃതകുംഭത്തിൽ നിന്നും നുകർന്ന
മാതൃവാത്സല്യം ആവോളം
ഇനിയൊരു മടക്കമില്ലാത്ത ബാല്യമെന്നു
അറിയാതെ മനമൊന്നു പിടഞ്ഞു
തൻ ഉണ്ണിയെ മാറോടുചേർത്ത് തഴുകിയ
കരതലമിന്നു ശുഷ്ക്കിച്ച കമ്പുപോലെ
ഓർമ്മകളിൽ മറവിതൻ നീർച്ചുഴിയാൽ
ചുറ്റിവരിഞ്ഞെങ്കിലും
അമ്മയെന്ന രണ്ടക്ഷരപുണ്യം നെഞ്ചോടു
ചേർത്തണക്കുന്നു
സ്നേഹക്കടലാഴങ്ങളിൽ നീന്തിയകാലം
മറക്കുവാൻ കഴിയില്ല എന്നോതി
വേണ്ടോ നമ്മുക്കൊരു അഗതിമന്ദിരം
വേണ്ടോ നമ്മുക്കൊരു വൃദ്ധസദനം
വേണ്ടോ നമുക്കൊരു ശരണാലയം
കരതലം ചേർത്തിടാം അമ്മതൻ നെഞ്ചിൽ
ആവോളം നൽകാം പുത്രവാത്സല്യം

3. മോഹക്കിളി

കണ്ണുണ്ടായാൽപ്പോരാ
കണ്ണുതുറന്നുനോക്കേണം
കണ്മണി നീ കരളിനുള്ളിൽ
എന്നുമൊരുകാരമുള്ളായി മാറല്ലേ
കാണുന്നനേരം നീയെന്റെ ചാരെ
ഓടി അണയുന്നു
കണ്ണിൽ കണ്ണിൽ നോക്കിയനേരം
എന്തിനോ എൻ അധരം വിറപൂണ്ടു
കാന്തമുനപോൽ നിന്നിലേയ്ക്കായി
എന്നെ ഞാൻ ഭ്രാന്തമായി
നിന്നിൽ സമർപ്പിച്ചില്ലേ ?
ഒരുമാത്രപോലും നിന്നുടെ ഉള്ളത്തിൽ
എന്നെയില്ല എന്നറിവ് എന്നിലെ എന്നെ
ഭ്രാന്തിയായി തീർത്തുവെന്നോ..
ഓർമ്മകൾ താനെ സ്മൃതിയായിമാറുന്നു
സ്മൃതികൾ താനെ വിസ്മൃതിയായി
ഞാൻ വെറുമൊരു കാരമുള്ളായി
ഓർമകളിൽ എന്റെ ഉയിർ എൻ ജീവൻ
നീയെന്നു ഞാൻ അറിഞ്ഞു
മധുപനെപ്പോലെ തേൻനുകർന്നു
പുഷ്പങ്ങൾ തേടിയലയുന്നവൻ
നിനക്കായി കരുതിയ തേൻകണം
നീ തട്ടിയുടച്ചില്ലേ... ?

എൻ നെഞ്ചകം നിറയും ഓർമ്മകൾ
മാഞ്ഞതും ഋതുക്കൾ തലോടിയും
ഞാനേതു മറിഞ്ഞില്ല...
വേഴാമ്പലായി ഞാൻ കാത്തിരുന്നു

4. പുണ്യം

സൗഹൃദമാണെന്റെ പുണ്യം
സ്നേഹമാണെന്റെ പുണ്യം
കരുണയാണെന്റെ പുണ്യം
അമ്മയാണെന്റെ പുണ്യം
എന്നോർമ്മയാണെന്റെ പുണ്യം
ബാല്യമല്ലോ നല്ല പുണ്യം
നെഞ്ചകം നീറിടുന്ന നേരം
ഒരു തലോടൽ തൻ പുണ്യം
അമ്മതൻ പാലാഴി ആവോളം നുകർന്നത് പുണ്യം
താതനാൽ തഴുകി തലോടിയത് എന്റെ പുണ്യം
മക്കളാൽ വൃദ്ധസദനം പൂകിയത് കർമ്മ പുണ്യം
എല്ലാം വിധിയെന്ന് ഓർത്തു പോയി ഞാനും
എന്നിലെ പുണ്യത്തെയും
ഓർമ്മകൾ വന്നു കുഴിമൂടിയോ..

5. അബല

അബലയെന്നു സ്ത്രീയെവിളിക്കും
ലോകമേ അറിയുക
അബലയല്ലവൾ ചപലയുമല്ല
ത്സാൻസി റാണിയെപ്പോലെ ധീരയാണവൾ
ഉണ്ണിയാർച്ചയെപ്പോലെ വീരയാണവൾ
മകളാണവൾ ഭാര്യയാണവൾ
അമ്മയാണവളെങ്കിലും
ഒരു വെക്തി കൂടിയാണവളെന്നകാര്യം
ആരും മറന്നിടല്ലേ പെണ്ണിന്നു നേർവരും
അനീതിക്കെതിരെ പോരാടിടാം
പെണ്ണിന്റെ രക്ഷക്കു പെണ്ണേ
ഉള്ളെന്നകാര്യം സദാ ഓർത്തീടുക.

6. ചെമ്പരത്തി

ചെന്തൊണ്ടി പഴത്തിന്റെ നിറമാണ് നിനക്ക്
ചുവന്നുതുടുത്ത അധരംപോലെ
നിൻ ചുവപ്പ് എന്നില്ലേ പ്രണയത്തിൻ ജ്വാലപോൽ
ചെമ്പരത്തി എന്നും വിടരുന്നത് ആർക്കുവേണ്ടി ?
മധുപന്മാർ നിനക്ക് ചുറ്റും വട്ടമിട്ടു പറക്കുന്നപോലെ
എന്നിലെ പ്രണയിനിയും പാറിപ്പറക്കുന്നു
മധുപനെപ്പോലെ അവളും
മുത്തമിട്ടു പറന്നകന്നുപോയി.
നിന്നിലേ ചുവപ്പ് എനിക്കെന്നും ലഹരി തന്നയല്ലേ ?
അറിയാതെ ഞാൻ നിന്നെ ചെവിയിൽ ചൂടിയതോ
ഞാൻ ചെയ്ത അപരാധം ?
എനിക്ക് കിട്ടിയ പേരോ "ഭ്രാന്ത് "
ഭ്രാന്തമായ വിശ്വാസമല്ലേ എന്ന് ഞാൻ നിനച്ചുപോയി
ഭ്രാന്ത് എന്ന് പുലമ്പുന്ന മനുഷ്യാ ,
ഞാനുമൊരു പുഷ്പ്പമല്ലേ ?
ചെമ്പരുത്തി ഒരു പൂ തന്നെയല്ലേ ?
എന്തിനായി ഈ വർണ്ണ വിവേചനം ?
ചെമ്പരത്തി നിന്നെ ഞാൻ സ്നേഹിച്ചിടട്ടെ
ഭ്രാന്തമായി ഭ്രാന്തനായി എല്ലാം
കേൾപ്പൂ എൻ കർണ്ണങ്ങൾ....

7. പ്രണയദിനം

പ്രണയം പ്രണയകാവ്യം
ഗുൽമോഹറിൻ പൂവിനെപ്പോൽ
പൂക്കളാൽ നിറഞ്ഞ കാലം
കൊതിയോടെ പ്രണയാർദ്രമായ്
പ്രണയിച്ച കാലം
ഇഷ്ടമെന്നോതുവാൻ കാത്തുനിന്നാ
വയൽ വരമ്പുകൾ എന്നെ നോക്കി
നിന്നോരാ വയൽകിളികൾ
പിന്നെയെപ്പോളോ പൂക്കളോരോന്നായി
കൊഴിഞ്ഞുപോകുന്ന പോൽ
നിന്നിലേ പ്രണയവും
കൊഴിയുന്നതറിഞ്ഞില്ല പ്രിയനേ,
എൻ അനുരാഗത്തെ
നീ തഴുകിത്തലോടുമെന്ന്
അറിയാതെ എൻ മനം
നിന്നെ തേടിയലഞ്ഞു...
എല്ലാം എൻ പാഴ്ക്കിനാവെന്ന്
എപ്പോളോ അറിഞ്ഞു നെഞ്ചകം തകർന്നതും
നിന്നമണിഞ്ഞതും അറിയുന്നോവോ
പ്രിയനേ... ഈ പ്രണയദിനം നിനക്കായ്
ഞാൻ ഒരുക്കിയ പ്രണയതൽപ്പത്തിൽ അർപ്പിക്കാം.

8. വാനമ്പാടി

വാനമ്പാടിയുടെ നാദം നിലച്ചപ്പോൾ
സ്വരമാധുരി തേങ്ങുന്നു
തേടിയലഞ്ഞു ഞാൻ, കേൾക്കുവാനില്ല
ആ നാദവിസ്മയം പൊലിഞ്ഞുപോയി.
വിണ്ണിലെ മിന്നുന്ന താരകമായി മറഞ്ഞു..
സംഗീത മാന്ത്രിക തംബുരുക്കമ്പികൾ
പൊട്ടിത്തകർന്നു...
അറിയാതെ നെഞ്ചകം തകർന്നുപോയി..
ഇനിയില്ല വാനമ്പാടിതൻ മായികഗാനങ്ങൾ....
മണ്ണിലെ ജീവിതവേഷം കഴിഞ്ഞു
മർത്യന്റെ ജീവിതയാത്ര കഴിഞ്ഞു
മറ്റൊരു ലോകത്ത് ശാന്തിതേടിയലഞ്ഞു
ഇനിയില്ല ഇനിയില്ല ആ കുയിൽനാദം
കലയവനിക മറച്ചുപോയി..
മണ്ണിലെ വാനമ്പാടി യാത്രയായി..
തേങ്ങുന്ന വിങ്ങുന്ന നെഞ്ചകം
യാത്ര മൊഴിയോടെ,
തൊഴുകൈയോടെ ചാരെ നിൽപ്പൂ..

9. പ്രണയമഴ

പ്രണയ മഴയായി രാക്കിളികളായി
നമ്മൾ പ്രണയിച്ച കാലം പ്രിയാ...
ഇണപ്രാവുകളെ പോൽ കൊക്കുരുമ്മി
പ്രണയമാകുന്ന സാഗരത്തിൽ നീന്തി
തിമർത്ത നമ്മൾ എപ്പോളോ വേർപിരിഞ്ഞു..
എന്തിനായി ഇത്രമേൽ സ്നേഹിച്ചു വെന്ന്
എൻ മനതാരിൽ നിന്നും ഉയർന്ന ചോദ്യം..
പാതിവഴിയിൽ തനിച്ചുപോകുവാൻ കഴിയില്ലെന്ന
സത്യത്തെ മിഥ്യയാക്കുവാൻ മനം പൊരുതുന്നു..
കൈകോർത്തു നടന്നൊരാ വഴികളും
ആരുമറിയാതെ ആലിംഗബദ്ധരായി
ചേർന്നോരാ മരതണലുകളും
ഇന്നെനിക്കു അന്യമായി പോകേയാണോ
കണ്ണുകളിൽ നോക്കി തീർത്ത സ്വർഗ്ഗവും
നിൻ കരങ്ങളാൽ തഴുകിയ തലോടലും
ഇനിയില്ല ഇനിയില്ല ഓർമ്മകൾ മാത്രമെന്നും..
ഓർക്കുവാൻ എനിക്ക് നിൻ പുഞ്ചിരിയോടെ
വിടനൽകിയ നിൻ വദനവും..
മറക്കുവാൻ കഴിയില്ല മണ്ണിനോട് ചേരും വരെ..
ഞാനും എൻ ഓർമ്മകളും ചിതലരിക്കും വരെ..
എൻ പ്രണയം എന്നോട് ചേരുന്നു പ്രിയാ..

10. മൂവാണ്ടൻ

മൂവാണ്ടൻ മാവേ മൂവാണ്ടൻ മാവേ..

എന്നുടെ ബാല്യം തിരികെത്തരാമോ ?

നിന്നുടെ കൈയിലെ മാമ്പഴം

കൊതിതീരുവോളം തന്നിടുമോ ?

അണ്ണാറകണ്ണനും കുയിലമ്മ പെണ്ണിനും

നിന്നുടെ മാമ്പഴം വേണമെത്ര...

കുഞ്ഞിക്കിടാവുകൾ കല്ലു പെറുക്കി

നിന്നുടെ മാമ്പഴം നോക്കി എറിഞ്ഞുവീഴ്ത്തി.....

എത്ര കഴിച്ചാലും മതിവരില്ല,

നിന്റെ തേൻമാങ്ങാ തിന്നാൽ കൊതിതീരില്ല..

ഇന്നെവിടെ കുഞ്ഞുങ്ങൾ നിന്നരികിൽ

നിൽക്കുവാൻ നേരമുണ്ടോ ?

നിന്നുടെ മാമ്പഴം വേണ്ടപോലും

ചില്ലിട്ട ശീതികരിച്ച മാളിൽ ഉണ്ടുപോൽ

പലവിധ വർണ്ണവും ഭംഗിയും നിറഞ്ഞ മാമ്പഴങ്ങൾ..

അണ്ണാൻ കടിച്ചതും കിളികൾ രുചിച്ചതും

എത്ര മധുരമുള്ള ബാല്യമെൻ നഷ്ടബാല്യം...

11. മുകിൽവർണ്ണൻ

കൃഷ്ണാമുകിൽവർണ്ണാ കായമ്പൂവർണ്ണാ,
എന്നുടെ അത്തൽ കളഞ്ഞെന്നെ കാത്തീടണേ..
കായമ്പൂമേനിയിൽ ചന്ദനം ചാർത്തിടുന്നനേരം
കോടക്കാർവർണ്ണാ നിന്നുടെ ചാരെനിൽക്കുന്ന
പൈക്കിടാവായി എൻ മനം.
എന്നുടെ ഉള്ളിലെ കാളിയവിഷമയം
പൊന്നുണ്ണി കണ്ണാ നീ തീർത്തീടണേ
ഗോപിക വല്ലഭാ ദേവകി നന്ദനാ,
നിൻ തിരുമുമ്പിൽ നിൽക്കുമ്പോൾ
കണ്ണാ സർവ്വം കൃഷ്ണമയം
സർവ്വവും കൃഷ്ണമയം
ഐഹികമായ ജീവിത യാത്രയിൽ
നീയെന്ന സത്യം മാത്രമുള്ളൂ
ഉണ്ണിമുകുന്ദ കമലനേത്ര കൃഷ്ണാ
എന്റെയി തുളസിമാല ചാർത്തി
എൻമനം മോക്ഷപ്രാപ്തിക്കായി
നിൻ മുമ്പിൽ നിൽപ്പു കൂപ്പിയ കൈകളാൽ

12. മയിൽപീലി

ഓടക്കുഴൽ വിളി കേൾക്കുമ്പോൾ കണ്ണാ
എന്നുണ്ണി നിന്നുടെ ചാരെ ആണയുവാൻ മോഹം.
ഓമൽ തിരുമേനി കൺകുളിർകാണുവാൻ
കണ്ണുകൾ തേടിയലഞ്ഞു.
ചന്ദനചാർത്തിൽ നീ നിറഞ്ഞപ്പോൾ
എൻ മനം കുളിർക്കോരി,
വാസനപനിനീരിൽ നീ നിറഞ്ഞപ്പോൾ
എൻ അന്തരംഗം തുടിച്ചുനിന്നു
നിന്നുടെ രാധയായി മാറുവാൻ എൻ
മനം തുള്ളി കളിച്ചിരുന്നു,
ഓമൽ തിരുമേനി തഴുകിത്തലോടുവാൻ
എൻ ജന്മം സഫലമാക്കിടുവാൻ
ഉണ്ണി നീ എന്നെ അനുഗ്രഹിക്കു
എന്നുണ്ണി കാർമുകിൽ വർണ്ണാ
എൻ മനം നീ അറിയുക കണ്ണാ.

13. മണ്ണ്

അഹങ്കരിക്കുന്നുവോ മർത്ത്യാ നീ,
എന്റെമേൽ നിന്റെ പരാക്രമം..
എന്തിനായി നീ ഓടുന്നുവോ ?
എന്നെ ചവിട്ടിത്തുള്ളിയുറയുന്നു ?
എല്ലാം നിശബ്ദം സഹിക്കുന്നു ഞാൻ..
എന്നെ വെട്ടിമുറിക്കുന്നു നീ..
എന്റെ പേരിൽ നീ വെട്ടിനിരത്തുന്നു തലകൾ...
എന്നെ ചൊല്ലി നീ ബന്ധം മറക്കുന്നു...
എന്തിനോ ദാഹിച്ചു മോഹിച്ചു നടക്കുന്നു നീ...
എങ്കിലും മർത്ത്യാ അറിയുക നീ...
നീ വെറുമൊരു പുഴു,
നിന്നാർത്തി തീരുന്ന ദിനം നിന്റെ മേൽ
ഞാൻ ആധിപത്യം നേടുന്നു..
നീ ചവിട്ടിമെതിച്ച ഞാൻ നിന്റെ മേൽ
പതിക്കുന്ന ദിനം ഓർക്കുക മർത്ത്യാ..
നീ വെറും പുഴുവാണ് ..
മണ്ണായ ഞാനാണ് അധിപൻ.

14. ഓർമ്മയിൽ ഓണം

അത്തം പത്തിനു പൊന്നോണം
അന്നാണല്ലോ തിരുവോണം
അമ്മതൻ കയ്യാൽ കുത്തരിച്ചോറും
നല്ല നറുനെയ്യും പപ്പടം തൃശനിലയിൽ
ഇല്ലാ ഇന്നില്ല ആർപ്പുവിളികൾ
ഇല്ലാ പൂവേപൊലി പൂവേപൊലിപ്പാട്ട്
ഇല്ലാ കുമ്മാട്ടി ഇല്ലാ പൂവട്ടി
ഇല്ലാ മുറ്റത്ത് പൂക്കളം
ഓർമ്മയിൽ നല്ലൊരു ഓണക്കാലം
പൂക്കളിറുത്തു നടന്ന കാലം
ഓണ പുലികളെ കണ്ടകാലം
ഓണപ്പാട്ടുകൾ പാടി നടന്നകാലം
ഓണപ്പൊട്ടനെ കണ്ടകാലം
ഇനി വരുമോ പഴയ ഓണക്കാലം ?
ഓണപ്പാട്ടുകൾ പാടി നടന്നകാലം
പുളിമരക്കൊമ്പിൽ ഊഞ്ഞാലുകെട്ടി
ആടിത്തിമിർത്തൊരാ ഓണക്കാലം

15. അച്ഛൻ

അച്ഛനെന്ന സ്നേഹത്തിൻ അരയാലിനെ
മറന്നതെന്തേ നമ്മൾ ?
പെറ്റമ്മയെ വാനോളം വാഴ്ത്തുമ്പോൾ
കാഠിന്യം നിറഞ്ഞ ഹൃദയത്തിനുള്ളിലെ
തേങ്ങലുകൾ കാണാതെ പോയതെന്തെ നമ്മൾ ?
ഇരവുകൾ പകലുകളാക്കി മാറ്റിയോരു
അച്ഛനെ വിസ്മരിച്ചു നമ്മൾ
തോളിൽ കിടത്തി താരാട്ടു പാടിയും
ആവലാതിപൂണ്ടു കൈപിടിച്ചു
പിച്ചവെപ്പിച്ചതും എന്തേ മറന്നു നമ്മൾ ?
അച്ഛൻ എന്ന വൃക്ഷത്തണലിൽ
താങ്ങായി കരുത്തായി കൂടെയുണ്ടായി
വാർദ്ധക്യത്തിൽ അമ്മയെ
ചേർത്തപോൽ അച്ഛനെ നെഞ്ചോടു
ചേർക്കാൻ മടിക്കരുതേ മറക്കരുതേ
ആ സ്നേഹത്തിൻ നീരുറവ കാണാതെ പോകല്ലേ....

16. ശാപം

അമ്മിഞ്ഞ പാലിനായ്
കുഞ്ഞിളം ചെഞ്ചുണ്ടുകൾ വിതുമ്പിയനേരം
അമ്മതൻ കണ്ണിലെ ഉപ്പുനീരാ
ചുണ്ടിൽ വീണുവോ ?
നാശംപിടിച്ചവൾ വീണ്ടും ജന്മം
കൊടുത്തതോ പെണ്ണിന് തന്നെ
ആട്ടിയിറക്കിയ കാന്തനെ നോക്കിയനേരം
വാതായനങ്ങൾ അടഞ്ഞുപോയി
ദൈവത്തിൻ പിറവിയല്ലയോ പെൺജീവിതം,
പിന്നെയെന്തിനീ ക്രൂരത ?
ലക്ഷ്മിയും വിദ്യാദേവിയും
സ്ത്രീരത്നങ്ങൾ തന്നെയല്ലയോ ?
എന്തു പരീക്ഷണം എന്റെ ദേവാ ?
എന്നെ സ്വീകരിക്കൂ മഹാദേവ..

17. ഹരിശ്രീ

ഭാഷാപിതാവിന്റെ ജന്മത്താൽ
പുണ്ണ്യമായ്ത്തീർന്നൊരു മണ്ണല്ലോ
തുഞ്ചൻ പറമ്പ്, ആ പിറവിയിൽ
ആനന്ദമായ്ത്തീർന്നല്ലോ പുണ്യമണ്ണ്.
കയ്പ്പേതുമില്ലാത്ത കാഞ്ഞിരവും
പഞ്ചാരമണലിൽ ഹരിശ്രീയും
നാവിലെഴുതിയ ഹരിശ്രീയും
അക്ഷരദേവിയാം സരസ്വതിയും
എന്നും നമിക്കുന്നു നിങ്ങളെ
മനസ്സിൽ തെളിയണോയെന്നുമെന്നും .

18. മൂന്നക്ഷരം

ജനനമെന്ന മൂന്നക്ഷരത്തിൽ ജനിച്ചു
ജീവിതമെന്ന മൂന്നക്ഷരത്തിൽ സഞ്ചരിച്ചു
കുടുംബമെന്ന മൂന്നക്ഷരത്തിൽ ജീവിച്ചു
മരണമെന്ന മൂന്നക്ഷരത്തിൽ
അലിഞ്ഞുപോകുന്ന നമ്മൾ
സ്നേഹമെന്ന മൂന്നക്ഷരത്തെ
മറവിയെന്ന മൂന്നക്ഷരം ഇല്ലാതെ
സ്നേഹിച്ചിടാം.

19. ചിന്തകൾ

മനസ്സിന്റെ വിശ്രമമില്ലാത്ത ചിന്തകൾക്ക്
വിശ്രമം വേണമെന്ന തോന്നലാകാം,
എന്നിലെ കുതിരയെ
കടിഞ്ഞാണിൽ കെട്ടിയിട്ടുപ്പിന്നേ,
പതിയെ തളരുന്നപോലെൻ
നാഡീവ്യൂഹം അത്തേറ്റുപാടി
വിശ്രമില്ലാത്ത മനസ്സിന്റെ
വിശ്രമമാവട്ടെ ഇനിയുള്ള നാളുകൾ.
എൻ അന്തരംഗമെന്നോട് മന്ത്രിച്ചു
കാപട്യമില്ലാത്ത ലോകമെനിക്ക്
കയ്യെത്താ ദൂരത്തെന്ന
നഗ്നസത്യത്തെ തിരിച്ചറിഞ്ഞു

20. ശവംനാറിപ്പൂക്കൾ

പൂജക്കെടുക്കാത്ത പൂവാണ് ഞാൻ
എങ്കിലും എനിക്ക് വശ്യതയുണ്ടെന്ന്
ഏതോ കവികൾ വാഴ്ത്തിയത്രേ,
എന്നിട്ടെന്തേ എന്നെയാരും
തഴുകിയില്ല തലോടിയില്ല?
മണ്ണോടുചേരുന്ന നശ്വരമാകുന്ന
ദേഹിക്ക് കൂട്ടായി ഞാൻ മാത്രമായി
അങ്ങനെ എൻ പേര് ശവനാറിയെന്നായി.
എങ്കിലും മധുപന്മാരെന്നിലെ
മധുതേടിയെത്തി ഞാനോ ഋതുമതിയായി
എൻ മോഹം പൂവണിഞ്ഞു.

21. തൃക്കണ്ടിയൂരപ്പൻ

തൃക്കണ്ടിയൂരിൽ വാഴും നീലകണ്ഠാ,
എന്റെ തൃക്കണ്ടിയൂരപ്പാ
എൻ ചിത്തത്തിൽ നിറയേണം നിൻരൂപം
ഭസ്മാംഗരാദേവാ എന്നും തുണയാവണം
കർമ്മം കഴിഞ്ഞു ഞാൻ നിന്നിലേക്ക്
എത്തുന്നനേരം ധന്യയാവുന്നു
കർമ്മദോഷങ്ങളിൽ സത്കർമ്മം
ഏതെന്ന് അറിയില്ലെനിക്ക്
എൻ ഹൃത്തിൽ നീ നിറയ്ക്കുന്ന
വഴിതന്നെയെൻ സത്കർമ്മം
തൃക്കണ്ടിയൂരിൽ വാഴും നന്ദികേശാ
എൻ ദുഃഖങ്ങളെല്ലാം നിന്നോട് ചൊല്ലാം
കർമ്മത്തിൽ ആറുപടിയും കടന്നു
സർവ്വേശ്വരാ നിന്നിൽ ലയിക്കാനായി
സർവ്വം ഉപേക്ഷിച്ചു കാത്തിരിപ്പൂ.

22. കാകന്റെ വേദന

മരണമെത്തുന്ന നേരത്തു നീ
എന്റെ ചാരത്തണയണം
എന്റെ മോഹവും മോഹഭംഗവും
ചാരമാവുന്ന മാത്രയിൽ നീ,
എന്റെ അരികിലായ് നിൽക്കണം
ഒരുമാത്ര ഒരുനോക്കിനായി ദാഹിച്ച
നിമിഷമേ.. തേങ്ങലായ് മാറിയനേരം
ഹൃത്തിൽ നിനക്കായ് കരുതിയ വാത്സല്യം
ഒരു ബലിച്ചോറുരുളയായി തിരികെത്തന്നുവോ...
പൊന്നുണ്ണി നിനക്കായി എൻ മനം
നീറിയനാളുകൾ അറിയാതെ ഓർത്തുപോയി..
കൈവിരൽത്തുമ്പിൽ തൂങ്ങിയനാളുകൾ
എപ്പോളോ വിരൽവിട്ടകന്നുപോയി..
കൂട്ടിലെ അമ്മക്കിളി മാത്രമായി
കാണാകണ്മണി ചാരത്തെത്തുമെന്ന്
വെറുതെ മനം മോഹിച്ചിരുന്നു..
കാകന്റെ ഭാവത്തിൽ രൂപത്തിലുണ്ണീ..
നിന്നെക്കാണാൻ വീണ്ടുമൊരു കർക്കിടകം വരവായി
പിതൃസ്മരണയാൽ മക്കളർപ്പിച്ച ഓരോ ഉരുളയും
വേദനയാൽ കൊത്തിനോക്കുന്ന
കാകന്റെ കണ്ണുകൾ നിറയുന്നതാരറിയുന്നു...

23. അറിവ്

തൂലികയും പുസ്തകവും എൻ ഹൃത്തിൽ
പുതിയ അറിവും കൂട്ടും തന്നുവെന്നാലും
ചതിക്കുഴികളും കുതികാൽവെട്ടും
നിമിഷമാത്ര മിന്നി മായുന്ന ലോകത്ത്
ആളും തരവും നോക്കേണ്ട എന്ന പഴമൊഴി
അറിയാതെ എൻ മനതാരിൽ വന്നണഞ്ഞു
എന്തിനി മർത്യ നീ വെറുമൊരു പുഴുവല്ലേ
ചാരമായി തീരുന്ന നേരം കൊണ്ടുപോകില്ല ഒന്നുമേ
നിൻ ദേഹം പോലും എന്ന് ഓർക്കുക
നിൻ ചെയ്യതികൾ മാത്രമേ കൂട്ടിനുള്ളു വെന്ന്.

24. സ്വാതന്ത്ര്യം

സ്വാതന്ത്ര്യത്തിൻ അമൃതു നുണഞ്ഞ
നമ്മൾ വിസ്മൃതിയിൽ അലിഞ്ഞു
പോകുന്ന സമരവീരരെ ഓർത്തെടുക്കാൻ
മറ്റൊരു ദിനമല്ലോ സ്വാതന്ത്ര്യദിനം.
നിണമണിഞ്ഞ കാലം മറക്കരുതേ നമ്മൾ,
വെള്ളപരിഷകൾ നമ്മെ ചവിട്ടിയരച്ച കാലം.
വട്ടകണ്ണടയണിഞ്ഞു ചുണ്ടിൽ നറുപുഞ്ചിരി തൂകി,
വടിയും കുത്തി വരുന്നോരു നമ്മുടെ അപ്പൂപ്പൻ
വെള്ളപ്പരിശകൾ ആ കണ്ണിൽ കണ്ടു
സ്വാതന്ത്ര്യത്തിൻ കോപാഗ്നി..
മുട്ടുമടക്കി തിരികെ മടങ്ങി
സ്വാതന്ത്ര്യത്തിൻ ഗന്ധമറിഞ്ഞു
നമ്മുടെ ഉള്ളിൽ ഹന്ത നിറഞ്ഞു
വെട്ടി നിരത്തി നമ്മൾ രാഷ്ട്രീയ
കൊടി നിറത്തോടൊപ്പം കബന്ധങ്ങൾ
ചുട്ടെരിച്ചു വീഥികൾതോറും
നേടിയ സ്വാതന്ത്ര്യമിന്നെവിടെ
തേടി നടന്നു നമ്മൾ തേടിയെതെല്ലാം

25. ചുമട്

ജീവിതഭാരം ചുമടായി താങ്ങി
നീങ്ങി നിരങ്ങവേ
മുമ്പിൽ തെളിയുന്ന വഴിയേതെന്നു
ചിന്തിക്കാൻ ചിത്തത്തിൽ ഒന്നുമേഇല്ലാതാനും
അർക്കനെ പുണരുന്ന കടലാഴിയിൽ
എല്ലാം മറക്കാനാവില്ല എങ്കിലും
നാളെ പുലരിയിൽ പൊൻതിളക്കത്താൽ
പൊൻ കതിർ വിതറി വരുന്ന ആദിത്യ
ശോഭയിൽ ഹൃദയതിൻ കോണിലായി
കാണുന്നു ഞാൻ എൻ പ്രതിഛായ തന്നെ
എല്ലാം വിധിയെന്ന് ചൊല്ലി
വിധിയെ പഴിക്കുന്നു ദിനംതോറും
തലയിലെ ചുമടുമായി

26. അഷ്ടമിനാൾ

കണ്ണനാം ഉണ്ണിതൻ പിറന്ന ദിനം
അഷ്ടമിരോഹിണി
മണ്ണുവാരി തിന്നോരാ ഉണ്ണിയെ
വടിയെടുത്തോങ്ങിയാ യാശോധര
ദേവിയെ മൂന്നുലോകവും തന്റെ
കുഞ്ഞിളം വായയിൽ കാണിച്ചു
വാസുദേവപുത്രാ ദേവകിനന്ദ നിന്നുടെ
ലീലാവിലാസങ്ങൾ ഏറെയുങ്ങെങ്കിലും
ഗോപിക വല്ലഭ പ്രേമസല്ലാഭന
മാതുല പേടിയാൽ അമ്പാടി കണ്ണനായി
പൈകിടാങ്ങൾ തൻ തോഴനായി
ഗോപസ്ത്രീകൾതൻ ചേല ഒളിപ്പിച്ചും
തൈർകുടം പൊട്ടിച്ചും ബാല ലീലകൾ
ആടിത്തിമർത്തതും എന്നുണ്ണി കണ്ണാ
ഓടകുഴൽ വിളികേൾക്കുവാൻ കണ്ണാ
രാധയെ പോലെ എന്മനവും മോഹിക്കുന്നു
രാധാ മാധവാ കാർമുകിൽവർണ്ണാ
നിന്റെ ചുണ്ടോടു ചേരുന്ന പാഴ് മുളം
തണ്ടായി പിറക്കാൻ മോഹം..
നിന്നെ നക്കി തുടയ്ക്കുന്ന
പൈകിടാവാവാൻ എനിക്ക് മോഹം
മോഹങ്ങൾ നേടുവാൻ മോക്ഷം തരണേ
കണ്ണാ മുകിൽവർണ്ണാ.

27. വിജയി

കല്ലിലും മുള്ളിലും
ചവിട്ടിയ യാത്രയിൽ
നിൻ ജന്മസാഫല്യം
നേടുവാനാവുമെന്ന ഉൾചിന്ത
ഉണ്ണി നിനക്കില്ലാതെ പോകയോ
നിൻ പാത വെണ്ണക്കല്ലാൽ
പാകിയതല്ലെന്നു നീ ഓർക്കുക
അറിയാതെ ഞാനും
ചൊല്ലിയ വാക്കുകൾ
നോവായി മാറിയോ ഉണ്ണി നിനക്ക്
സഹനത്തിൻ പാതയിൽ നീ
നിണമണിഞ്ഞ കുഞ്ഞുപാദത്താൽ
വിജയശ്രീയായി മുന്നേറുക..

28. ഓണം ഓർമ്മ

ഓണം വന്നേ പൊന്നോണം വന്നേ
ഓണപാട്ടുകൾ പാടിയകാലം
ഓണ പൂക്കളമൊരുക്കിയ കാലം
ഓണ പുടവ കിട്ടിയകാലം
ഓണത്തപ്പനെ വരവേൽക്കാൻ
ഓണയട വെച്ചൊരു കാലം
ഓണത്തപ്പന്റെ കുടവയർ നിറയ്ക്കാൻ
ഓണ സദ്യ ഒരുക്കിയ കാലം
കാലം മാറി കഥ മാറി
കുത്തുന്ന ഫോണിൽ വിരൽ
കുത്തിയാൽ എത്തുമല്ലോ
കുത്തരി ചോറുള്ള ഓണസദ്യ
ഉത്രാടാ പാച്ചിലില്ല എന്തേതുമില്ലന്ന്
വേവലാതിയില്ല
കാലത്തിന്റെ മാറ്റത്തിനുള്ളിൽ
പാതാളലോകത്തു വീർപ്പുമുട്ടുമോ
ഇനിയുള്ള കാലത്തെ ഓണവും ഓണ കാഴ്ചയും

29. വിട

വിടപറയുന്ന നേരം വിലപിക്കാൻ
ആളെറെയുണ്ട് എങ്കിലോ
വിരഹത്തിന്റെ നോവിൽ
ഞാനും എന്റെ വിരഹവും മാത്രം
ഒരു സ്വാന്തനം മോഹിച്ചു എൻ
നയനങ്ങൾ തേടിയഞ്ഞ കാലം
ആരുമില്ലാത്ത എൻ ഉമ്മറകോലായിലെ
ജനലഴികളിൽ തലചായ്ച്ചു കിടന്ന കാലം
വിടപറയുന്നന്നേരം അകലെയൊരു കോണിലായി
നിൽപ്പു നീ അരികിൽ വരാനാവില്ലെങ്കിലും നിൻ
മിഴികളിലെ ജലകണങ്ങൾ എൻ മനസ്സിനെ തലോടി
കൂടെയില്ലാ എന്ന സത്യംഅറിഞ്ഞനേരം
എല്ലാം ഒരു പിടി ചാരമായി തീർന്നുപോയി

30. തിരിച്ചുപോക്ക്

ഇല കൊഴിയും ശിശിരത്തിൽ
ചെറുകിളികൾ പറന്നകന്നു
കഴിഞ്ഞു പോയ വസന്തകാലം
എന്നിലെ ഓർമ്മപോലെ
പിച്ച വെച്ചു നടന്നൊരാ ഉണ്ണിയെ
കൈ പിടിച്ചു നടന്ന കാലം
കളിയാട്ടവും പൂതവും പൂരവും
കണ്ണിൽ പൂത്തിരി കത്തിയ കാലം
കാട്ടാളാ വേഷത്തെ പേടിച്ചിരുന്ന കാലം
ഭഗവതി കോലത്തെ കണ്ടാൽ കരയുന്ന
ബാല്യകാലം
തുമ്പയും തെച്ചിയും നെല്ലിപ്പൂ പിച്ചിപ്പൂ
നുള്ളിയെടുത്തു ഓണപൂക്കളം ഒരുക്കിയ കാലം
വെള്ളത്തിലെ വരകൾ പോലെ എല്ലാം
മാഞ്ഞു പോയ ആ ബാല്യകാലം
മടക്കമില്ലാത്ത ബാല്യകാലം
ഓർമകളിലെ സുന്ദര ബാല്യകാലം.

31. കൊഴിഞ്ഞ വസന്തം

കൊഴിഞ്ഞ വസന്തം
പുൽകൊടി തുമ്പിലെ ആദി ഉഷസ്സിന്റെ
പൊൻകിരണമേറ്റ് തിളങ്ങിനിൽപ്പു
ഭൂമിതൻ മാറിലെ തെളിനീരുപോലെ
കാട്ടാറുകൾ ഒഴുകിഒഴുകി നീങ്ങി
എല്ലാം എൻ ഓർമ്മയിൽ മാത്രമല്ലെ ഇന്ന്
വിഷപുകയാൽ നെഞ്ചു തകർന്നു കരയുന്നു ധരിത്രി
വെട്ടിനിരത്തുന്നു പച്ചിലകാടുകൾ
പൊങ്ങുന്നു മണിമേടകൾ നിരനിരയായി
മൃഗബലി നരബലി ചോരകളമായി
മാറിയ ഭൂമി നെഞ്ചു തകർന്നു
പുറത്തുവന്നൊരാ പ്രളയമായി
എങ്കിലും മർത്യന്റെ കാമ ക്രോധ
കൊതി തീരുകില്ല എന്നത്ര
ചൊല്ലിടുന്നു ഈ കാലം കലികാലം

32. മൗനം

മൗനം എത്ര മനോഹരമായ വാക്ക്
നെഞ്ചിലെ വേദന കുത്തിമുറിക്കുമ്പോൾ
മൗനമായി തേങ്ങുന്നതാണ് നല്ലതത്രെ
കൂടെയുള്ളവർ പാതിവഴിയിൽ
കയ്യൊഴിയുമ്പോൾ മൗനമാണ് എന്നും കൂടെയുള്ളൂ
പ്രണയത്തിൻ ആഴിയിൽ എപ്പോളോ കൈവിട്ട
പ്രണയത്തിൽ മൗനം
വാചാലമാവുമോ
ജീവിതയാത്രയിൽതാൻമാത്രമാവുമ്പോൾ
മൗനത്തിനു ഏഴഴക്
പെറ്റ വയറിന്റെ വേദന എന്തെന്ന് ഓർത്തു
ഇരിക്കുവാൻ മൗനമല്ലേ ഭൂഷണമായത്
പിറന്നവീട്ടിൽ അന്യയായിടുമ്പോൾ
മൗനത്തിൻ ചേല് വരികളിൽ ഇല്ല

33. പാഴ് വാക്ക്

പറയുവാനേറെ ഉണ്ടെങ്കിലും തുടങ്ങുവാനാകില്ല
എഴുതുവാനേറെ ഉണ്ടെങ്കിലും വിരലുകൾ മടിക്കുന്നു
ചെയ്യുവാനേറെ ഉണ്ടെങ്കിലും കടമ്പകൾ ഏറെ ഉണ്ട്
കാണുന്നതെല്ലാം വിശ്വസിക്കാനാവുമെങ്കിലും
കണ്ണുകൾ താനെ ചിമ്മി പോയി
പത്തുമാസം ചുമന്നാരമ്മയേ
കൊട്ടിയടച്ച വാതിലുകൾ
കണ്ണുള്ളവർ കാണുന്നുവോ
കൂടെയുള്ളവർ കൂട്ടുണ്ടാവുമെങ്കിലും
പട്ടട വരെ ഉണ്ടാവു എന്നസത്യം

34. കേരളീയം

നമ്മുടെ സുന്ദര നാടല്ലോ കേരളമെന്നൊരു
നാടാണ്
കേരളമെന്നൊരു നാട്ടിൽ കേരങ്ങൾ തിങ്ങിയ നാടാണ്
പച്ച വിരിച്ച നെൽപാടം സ്വർണക്കതിരുകൾ പൂത്ത
പാടം
നെല്ലിപ്പൂ പിച്ചിപ്പൂ തുമ്പപ്പൂ
പൂക്കുന്ന നാടല്ലോ കേരളം
ഓണപൂവിളിയും ഓണപ്പാട്ടും ഓണപൊട്ടനും
ആർത്തുവിളിക്കുന്ന കേരളമല്ലോ
വഞ്ചിപാട്ടും പൂരകളിയുമായി
തഞ്ചകം തഞ്ചകം തെയ്യംതാരോ
ഒപ്പനപാട്ടിന്റെ ശീലിൽ നിറഞ്ഞൊരു
നാടാണ് നമ്മുടെ കേരളം
മലയാളി മങ്ക തൻ ഭംഗിയോടെ
താളത്തോടെ തിരുവാതിര ചുവടു വെക്കാം
മാർഗം കളിയോടെ മാലാഖാമാർ
പുഞ്ചിരി തൂകി നിൽപ്പു
എന്തൊരു ചേലാണ് നമ്മുടെ നാടായ
കേരളമെന്നൊരു സ്വർഗ്ഗരാജ്യം
കാടും കാട്ടാറും ചേലും ചേറും നിറഞ്ഞ നാട്
കേരളമെന്നാൽ അഭിമാന പൂരിതം
കരയും കടലും ചേരുന്ന ഭൂവിൽ
സുന്ദര പേരാണ് കേരളം

പാടുന്ന കിളിയും തത്തികളിക്കുന്ന
പുഴയും നമ്മുടെ സ്വപ്നം
കണ്ണു നിറയെ കാണണം വിഷുകണിയും
തെയ്യവും തോറ്റവും
എല്ലാം ചേരുന്ന നാടാണ് നമ്മുടെ കേരളം

35. തൃണം

ചുറ്റിപ്പുണരാൻ കൊതിച്ചപ്പോളൊക്കെ
വെട്ടിയകറ്റിയ എന്നുടെ മേനിയിൽ
എപ്പോളോ നിന്റെ കൈതലം തൊട്ടു
തലോടിയോ എന്ന് ഞാൻ ഓർത്തുപോയി
എന്നുടെ മോഹത്തിൻ വള്ളികൾ
നിന്നുടെ നെഞ്ചിൽ ചുറ്റി വളരുമെന്ന്
എവിടെയോ താളം പിഴച്ചു പോയി
രാഗം മറന്നുപോയി പാഴ് തംബുരു
പാഴ് ശ്രുതിയിൽ മീട്ടിയ ഗാനങ്ങൾ
ഒക്കെയും പാഴ്കിനാവ് എന്ന് ഞാൻ
വേദനയോടെ അറിയുന്നമാത്രയിൽ
വെറുമൊരു തൃണമായോ

36. അമ്പലപ്രാവ്

കൊച്ചു കുടിലിലെ രാജകുമാരിയാണ് ഞാൻ
എന്റെ അച്ഛരന്റെ കൊച്ചു മാണിക്യം
കൈകകളിൽ തൂങ്ങിയും തോളിൽ കിടത്തിയും
കൊഞ്ചലോടെ കിണുങ്ങിയും
കാലം കഴിയവേ അച്ഛരന്റെ നെഞ്ചിലെ
ആധിയായി ഞാൻ വളരവേ നെഞ്ചിന്റെ
താളം വേഗത്തിലായോ വേഗത്തിലോടുന്ന
അശ്വത്തെ പോലെ കുതിച്ചു ഉയർന്നു
ആകാശ കോണിൽ നിന്നോരാ കുഞ്ഞു
താരകം മെല്ലെ മെല്ലെ കണ്ണുചിമ്മി
മറ്റൊരുകൂരയിൽ രാജകുമാരിയാവില്ല
എങ്കിലും പട്ടിണി കൂടെയെങ്കിലും
സ്നേഹത്തിന്റെ താലോലം കൊതിക്കുന്ന
സ്വാന്തനവാക്കുകൾ കേൾക്കാൻ കൊതിക്കുന്ന
ഒരു അമ്പല പ്രാവാണ് ഞാൻ

37. തേടുന്നു

പിച്ചനടക്കാൻ പഠിച്ചത് നീ
പെറ്റമ്മത്തൻ കൈവിരലാൽ
ആദ്യാക്ഷരം പഠിച്ചു നീ ഗുരുവിനാൽ
സ്നേഹിക്കാൻ പഠിച്ചു നീ താതനാൽ
സൗഹൃദം പഠിച്ചു നീ സതീർത്ഥ്യനാൽ
പ്രണയം പഠിച്ചു നീ പ്രണയിനിയാൽ
വാക്കിലും നോക്കിലും ക്രൂരത പഠിച്ചു നീ
നിന്റെ കൊടിയിലെ നിറത്തിനാൽ
പൊക്കിൾകൊടി ബന്ധം പാടെ മറന്നു നീ
ലഹരിതൻ പുകമറയാൽ
വിയർപ്പിന്റെഗന്ധം അസഹ്യമായി നീ
താതനെ തട്ടിയകറ്റി
അമ്മതൻ ദുഃഖവും അച്ഛന്റെ
നോവുമായി മാറി നീ പിന്നെ
ഒരു വെള്ള തുണിയിലെ
നേർവരയായതും ലഹരിയും രാഷ്ട്രീയ
വെറിയുമായിരുന്നുവോ അറിയില്ല കുഞ്ഞേ
തേടുന്നു എൻ കൺകൾ.

38. കാണാകിനാവ്

.

തളരുന്ന വിരലാൽ എഴുതുവാനാവില്ല
എങ്കിലും എൻ മാനത്താരിൽ
അറിയാതെ വരികൾ തെളിയുന്നു
വിറപൂണ്ട ചുണ്ടുകൾ ചൊല്ലുവാൻ
ഏറെയുണ്ടെങ്കിലും വെറുതെ വിറപൂണ്ടു നിൽപ്പൂ
നിറയുന്ന കണ്ണുകൾ കാണാൻ കൊതിക്കുന്ന ചിത്രങ്ങൾ
കണ്ണുനീരാൽ
മറഞ്ഞു പോയി
ഓടിച്ചെന്നു പുണരുവാൻ മോഹമുങ്ങെങ്കിലും തേഞ്ഞു
തളർന്ന
പാദങ്ങൾ പിൻവിളി തന്നുവോ
കാത്തിരിക്കുവാൻ മോഹമുണ്ടെങ്കിലും
കാലം കനിവേകിയില്ല
എല്ലാം പുകമറ മാത്രമെന്ന് നിശ്ചയം

39. നിദ്ര

നിദ്രയെ സ്നേഹിച്ചു ഞാൻ അഗാധമായി
കണ്ണുകൾ ഒരുപാടു മോഹിച്ചു ദാഹിച്ചു
നിദ്രാദേവിപിണങ്ങിയ രാവുകളാണ്
എനിക്ക് എന്നും കൂട്ടായി ഉള്ളത്
കണ്ണടച്ചാലോ തുള്ളുന്നു കോലങ്ങൾ
കോമരം പോലെ പള്ളിവാളുകൾ
കയ്യിലായി വെട്ടി ഉറയുന്നു
നിർമ്മല സ്നേഹം കൈവിട്ടു പോകയോ
എന്തിനായ് നമ്മൾ വെട്ടി നിരത്തുന്നു
ജാതി തൻ പേരിലോ കൊടികളിൽ
നോക്കിയോ മർത്യരേ
പെറ്റമ്മ വഴി കണ്ണീരുമായി
കാത്തിരിപ്പുണ്ടെന്ന് ഓർക്കുക നീ
താണ്ഡവം വേണ്ട തലോടൽ മാത്രം
സാന്ത്വനം വേണം സ്നേഹവും വേണം
അമ്മക്കിളിയുടെ ചിറകിനടിയിലെ
കുഞ്ഞി കിളി യായി അരുമ കിളി യായി
കൂടെയുണ്ടാവണം എന്നും നീയെ
എല്ലാം മറക്കുവാൻ എല്ലാം സഹിക്കുവാൻ
നന്നായി ഉറങ്ങുവാൻ
പൊന്നുണ്ണി അമ്മയ്ക്കു സമയമായി

40. പെയ്തൊഴിയാതെ

പെയ്തൊഴിയാത്തൊരു മഴമേഘത്തിലെ
ബാക്കിപത്രമന്റെ നൊമ്പരം
കണ്ണുകൾ അറിയാതെ തിരയുന്നു
നഷ്ട്ട സ്വർഗം
ചിതലരിച്ചഎൻഓർമ്മയിൽഎവിടെയോ
തേടിനടപ്പൂ ഞാൻ ബാല്യകാലം
കൈവിരൽത്തുമ്പിൽ തെളിഞ്ഞ വരികൾ
എവിടെയോ തെറ്റി പിഴച്ചുപോയി
പ്രണയിച്ചു പൊരുതി നേടിയ നാഥനെ
കൊതിതീരും മുൻപേ കാലം അടർത്തിമാറ്റി
പിന്നെയും കൈപിടിച്ചു നടത്തിയ
ഉണ്ണിയെ ഓർത്തു ജീവിത ചക്രത്തിൽ
ഉരുളവേ ഉണ്ണിയ്ക്കും ഞാൻ വെറുമൊരു
താളം പിഴച്ചവളായി മാറി
കൂണുപോൽ മുളച്ചുപൊന്തിയ ആശ്രയ
സ്വാന്തനവീടുകൾ ഏകുന്ന സ്വാന്തനം
ചിത്തത്തിൽ സ്വാന്തനമാകുമോ
ചിന്തിക്കു നീ മൽപുത്രാ കാലം
നിനക്കെകുന്ന മറ്റൊരു ബാല്യമെന്ന
വാർദ്ധക്യമാണതിന്റെ പേര്..
പഴുത്തില വീഴുമ്പോൾ പൊട്ടിച്ചിരിക്കല്ലേ
നാളെ നീയും നിലംപതിക്കുമെന്ന്
ഓർക്കുക പച്ചിലതുമ്പുകളെ..

41. വിധി

വിധിതൻ വിളയാട്ടമെന്ന്
നമ്മൾ ചൊല്ലുന്നാ വേദന നിറയുന്ന
മനസ്സുമായി പിടയുന്നവർ
കാലം കാത്തു നിന്ന് കിട്ടിയ പൊന്മകനേ
കാലന്റെ രൂപത്തിൽ വന്നോരാ വണ്ടിയിൽ
തട്ടിത്തെറിക്കുന്നു പൊട്ടിച്ചിതറുന്നു
വാരിയെടുക്കുവാൻ ഓടുവാനാവുന്നില്ല
കാലുകൾ ഭാരങ്ങൾ താങ്ങി
എങ്ങി വലിഞ്ഞു തൂങ്ങിയാടുന്നുവോ
ഗദ്ഗദം മാത്രം തൊണ്ടയിൽ മാറ്റൊലി
കേൾക്കുന്നു കാതുകൾ കൊട്ടിയടയുന്നു
മേനി തളരുന്നു മേഘം പറക്കുന്നു
കാറ്റാടി പോലെ പറക്കുന്നു എൻമകൻ
കണ്ണുകൾ സജലങ്ങളായി മാറിയോ
ഓർമ്മയിൽ പുഞ്ചിരി തൂകിയെൻ കണ്മണി.

42. ആശ

പൂക്കളായി പിറന്നെങ്കിൽ ആശിപ്പു ഞാൻ
ശലഭമായി പറന്നെങ്കിലെന്നു ആശിപ്പു ഞാൻ
നനുത്ത മഞ്ഞു കണ്ണമാവുവാൻ മനം കൊതിച്ചു
കണ്ണന്റെ മേനിയെ വാരി പുണരുന്ന
ചന്ദനമാവുവാൻ ആശിപ്പു ഞാൻ
കണ്ണന്റെ ചുണ്ടോടു ചേരുന്ന
ഓടകുഴലാവുവാൻ ആശിപ്പു ഞാൻ
കടലാഴിയെ ചുംബിച്ചുറക്കുന്ന
അസ്തമയ സൂര്യനാവുവാൻ ആശിപ്പു ഞാൻ
ആശകളെല്ലാം നീർകുമിളകളെങ്കിലും
ആശിക്കാൻ മാത്രം വിധികപ്പെട്ടവർ നാം

43. യാത്രാമൊഴി

ഇന്നലെ എൻ ചാരെ കൊക്കുരുമ്മി
കിടന്നവൻ ഇന്നു ഉണരാത്തതെന്തേ
എൻ നൊമ്പരം അറിയൂ നാഥാ നീ
ഇല്ലെങ്കിൽ എൻ ജീവൻ പാഴ്കിനാവ്
മാത്രം എൻ അധരം നിന്നോട് ചേർന്നിട്ടും
പിണക്കം മാറുകില്ലേ പൊന്നോ കൺ
തുറക്കു ചിറകടിച്ചുയർന്നു പൊങ്ങാം
നമ്മുക്ക് വിഹായസിൽ കൊക്കുരുമ്മി
പ്രണയിച്ചു കൊതി തീർന്നില്ല പ്രിയനെ
എന്നെ തനിച്ചാക്കി പറന്നുയരല്ലേ എൻ
ഉയിർ നീയല്ലേ.. എൻ ഉടൽ നീയല്ലേ

44. താരകക്കുഞ്ഞ്

അകലെ അകലെ നീ എൻ കുഞ്ഞേ
കണ്ണുചിമ്മി ചിമ്മി ചിരിക്കും താരകമായി
നിറയും എൻ കണ്ണുകളാൽ നിന്നെ
നോക്കി നോക്കി ഞാൻ ഇരുന്നു
വിധിയെന്ന് ചൊല്ലി ബന്ധു ജനങ്ങൾ
വിടചൊല്ലി പിരിയുന്ന നേരം
കണ്ണു തുറക്കാത്ത ദൈവങ്ങൾ എന്ന്
ആരോ പാടിയതോർത്തുപോയി
കൈകൂപ്പി നിന്നെ ഞാൻ തമ്പുരാനെ
എന്റെ ഉണ്ണി തൻ ജീവനായി കേണു
പൊന്നുണ്ണി നിന്നുടെ ചന്തത്തിൽ
ഉള്ളൊരു പുഞ്ചിരി എന്നുടെ നെഞ്ചിൽ
നിറഞ്ഞു നിൽപ്പു
കുഞ്ഞു വിരൽപിടിച്ചു നീ കെഞ്ചി കരഞ്ഞതും
ഓലപീപ്പിയിൽ എല്ലാം മറന്നതും
ഇന്നലെ എന്നപോലെ എന്നുടെ ഓർമ്മകൾ..